શ્યામ

(કાવ્ય-સંગ્રહ)

ઘનશ્યામ વ્યાસ 'શ્યામ'

NIRMOHI PUBLICATION

નિર્મોહી પ્રકાશન

મહેસાણા, ગુજરાત

9624244390, nirmohimagazine@gmail.com

શ્યામ ઝરૂખે

અર્પણ

માતા - પિતા

કાંતાગૌરી ડાહ્યાલાલ વ્યાસ

ડાહ્યાલાલ ઈશ્વરલાલ વ્યાસ

અમારા તારણહાર

મણીબેન વિઠ્ઠલદાસ પંચોટીયા

વિઠ્ઠલદાસ હરજીવનદાસ પંચોટીયા

• શ્યામ ઝરૂખે

• કૉપિરાઇટ ૨૦૨૩ © ઘનશ્યામ વ્યાસ 'શ્યામ'

• શ્યામ ઝરૂખે

• ઘનશ્યામ વ્યાસ 'શ્યામ'

• કિંમત – 235 /-

• **પ્રકાશન** –

નિર્મોહી પ્રકાશન

મહેસાણા, ગુજરાત.

મો. નં. – 9624244390

ઇમેલ આઇડી – *nirmohimagazine@gmail.com*

પ્રસ્તાવના

મુંબઈ સ્થિત કવિ શ્રી ઘનશ્યામભાઈ વ્યાસ એટલે ભક્તિરસથી ભીંજાયેલ, શ્યામના રંગે રંગાયેલ, લાગણી સભર વ્યક્તિત્વ! જેના પર શ્યામ નામનો જાદુ છવાયેલો છે. "મેરો તો બસ શ્યામ, દુજો ન કોઈ."ઘનશ્યામભાઈના DNA માં શ્યામ વહી રહ્યા છે. પતિ પત્ની બંનેને કોરોનાનાગે તેના પાશમાં લીધાં. આ સમયે કવિએ જીવન અને મૃત્યુને નજીકથી જોયું. તેમનું કવિ હૃદય જાગૃત થયું. અંતે તો શ્યામ જ છે, જેણે નાગદમન કરીને તેમને બચાવ્યા! કોરોનાકાળ તેમના માટે આશીર્વાદરૂપ બની ગયો. વ્યથા અને સંવેદનાએ તેઓને કવિ બનાવ્યા. પરિણામે તેઓએ પતિ–પત્ની બંનેના નામમાંથી 111 કવિતાઓનાં "શ્યામ જ્યોત" પુસ્તકનું સર્જન કર્યું.

આ કવિ સંવેદનાનો સાગર છે. સમુદ્ર મંથનમાંથી 14 રત્નો નીકળ્યા હતા. આ કવિના મનોમંથન અને હૃદયમંથનથી આજે 51 કાવ્યનું બીજું પુસ્તક પ્રકાશિત થવા જઈ રહ્યું છે. 75 વર્ષની ઉંમરે એટલે કે તેમની જીવન સંધ્યાના ઝરુખે બેસીને તેઓ "શ્યામ ઝરૂખે" પુસ્તક પ્રકાશિત કરી રહ્યાં છે. તેઓ શીઘ્ર કવિ છે. તેમની સંવેદનાને શબ્દદેહ આપીને કવિતા રચવી તેમના માટે સહજ છે. મા સરસ્વતીની તેમના પર કૃપા રહેલી છે. સાહિત્ય ક્ષેત્રે તેમણે તેમનું નામ અને સ્થાન ઊભું કર્યું છે.

તેમના આ "શ્યામ ઝરૂખે"પુસ્તકમાં તેમનો રાધાભાવ સ્પષ્ટ જોવા મળે છે. રામ, શ્યામ અને ઘનશ્યામને આવરી લેતી કવિતા છે! વાંસળી અને મોરપીંછ છે. મોરપીંછના શુકન અને મોરલીનો નાદ સાંભળવા મળે છે. તેમણે શબ્દની સવારી કરીને શબ્દની પાંખે બેસીને, ક્ષિતિજને આંબવા કોશિશ કરી છે. ક્યારેક મરજીવા બનીને સ્વર્ગના સાગરમાં રત્નો શોધવા ડુબકી મારે છે! તેઓ ક્યારેક પસીનાથી રેબઝેબ થવાની તો ક્યારેક માટીની ખુશ્બુમાં તરબોળ થવાની તો ક્યારેક વરસાદમાં ભીંજાવાની વાત કરે છે! ક્યારેક શ્યામ સાથે એકાકાર થવાની વાત કરે છે. આ શ્યામ, શ્યામની ઝાંખીને તરસે છે. પ્રિયતમ બનીને તેમનું સરનામું આપે છે અને કહે છે, પ્રભુ આવીને વસો મારે ઘેર. જીવવાની કળા વિશે વિચારતા અંતે તેઓ કહે છે,મારે શુભચિંતક બનીને જીવવું છે. મારે શ્યામમાં ભળી જવું છે.

"ઘનશ્યામ ભળી જાય શ્યામમાં

ત્યારે પ્રકાશે શ્યામ જ્યોત નભમાં"

તેમની 51મી કવિતા લખતા, શ્યામ પ્રત્યેની તેમની તડપ ચરમસીમાએ પહોંચી છે તેવું લાગે છે....

"હવે તારી સાથે રહી તારામાં ઓતપ્રોત થઈ જવું છે,

સર્જનહારને સાદ આપી શ્યામને સમાઈ જવું છે."

આમ શ્યામ ઝરૂખે બેસીને કવિ શ્યામમય બની ગયા છે. કવિનાં "શ્યામ ઝરૂખે" પુસ્તક માટે મારી અંતરથી શુભકામના.

તેમની હૃદયથી લખાયેલ તમામ રચના તેમનામાં રહેલા ગોપી ભાવને પ્રગટ કરે છે. શ્યામને ગોપી પ્રિય હોય છે માટે તેમનો ભાવ અને તેમનું લખાણ તેમને જરૂરથી શ્યામ સમીપે લઈ જશે. તેઓ ત્રીજું પુસ્તક "શ્યામ સમીપે" ની તૈયારી કરી રહ્યા છે.ધનશ્યામભાઇને તેમની આગામી સાહિત્ય સફર માટે દિલથી શુભેચ્છા અને અભિનંદન! "શ્યામ ઝરૂખે" પુસ્તક જરૂરથી વાચકના હૃદયમાં સ્થાન પામશે.

કલ્પના રઘુ

શુભેચ્છા સંદેશ

ધનશ્યામ વિશે એટલું જ કહી શકું કે
તમને જેટલાં દૂરથી જોયા છે
એટલા જ નજદીકથી જાણ્યા છે.
અને એટલા જ નજદીકથી માણ્યા છે.
પહેલી વખત જયારે અમારી મુલાકાત
થઇ કે તરત જ એણે એક મુકતક લખી નાખ્યું.

આટલા બધા ખુબ સુરત ચહેરાઓ જોયા
છતાં કાળા તલ પર નજર કેમ પડી?
ઉપર તો કેટલાય વાદળો ગડગડાટ
કરતાતા છતાં ધનશ્યામ પર નજર કેમ પડી?
મેં એને બધા જ પ્રકારના કાવ્યો કે
ગઝલો લખતા જોયા છે પણ એક ખાસ
વાત એ છે કે એ લખીને આપણને રડાવી જાણે છે.એમની એક
ગઝલ કોરોના માટે.

ગઝલો હવે હું લખી નથી શકતો.
ચીમની જેવી ચીમની પણ
મોત જોઈને પીગળી જાય છે,
હવે ચિતા પર લાકડા હું
ગોઠવી નથી શકતો.
બે ચાર મુક્તક મુકું છું.

શુભેચ્છા સંદેશ

સામે મળું ને ન ઓળખાય
એ પ્રતિભા મારી નથી હોતી.

ભલે રહ્યો હું શ્યામ તમે સમજો છો
એવી સરળ વાણી મારી નથી હોતી.

આંટીઘુટી કેવી સરસ તમે ગૂંથી
પ્રેમ ક્યારે ગુંથાઈ ગયો તમે
ખબર જ ન પાડવા દીધી.

અને છેલ્લે કવિનો જીવ,
કવિ છું એટલે જીવવું તો પડશે
પ્રેમાળ આંખો જીતવી તો પડશે.
ઈર્શાદ બોલવાની અને સાંભળવાની
આદત તો મારે હવે રાખવી પડશે.

ભગવાનને પ્રાર્થના કે એમની સાહિત્યની સેવા અવિરત ચાલતી રહે અને મા સરસ્વતીની કૃપા સદા એમને સાથ આપતી રહે.

જ્યોત્સના ઘનશ્યામ વ્યાસ (અર્ધાંગિની)

એકવાર જેને શ્યામ નામની મોહિની લાગે એ જીવનભર શ્યામમય બની જાય. વાત રાધાની હોય કે ગોપીઓની કે પછી મીરાંની.

શ્યામ રંગ મન પર એવો ચઢે કે અન્ય કોઈ રંગ પર ભાવ ન જાગે. કહે છે કે, એ શ્યામ નામની મોહિની લાગે એ વ્યક્તિ ભલે પછી ઘનશ્યામ હોય કે અન્ય કોઈ નામધારી, પણ એ માત્ર ગોપી જ બની રહે. ગોપીઓની જેમ એ પણ હૃદયનાં ઊંડાણથી, હૃદયના સાચા ભાવથી શ્યામ નામમાં એની ભક્તિ ભળે.

'શ્યામ જ્યોત' પછી 'શ્યામ ઝરુખે' કાવ્ય સંગ્રહ જોઈને ઓછા વધતા અંશે એવી પ્રતીતિ થાય કે, ઘનશ્યામભાઈ વ્યાસને પણ જાણે શ્યામ નામમાં એકાકાર થવાની ઝંખના જાગી છે.

'મારા નાથ' કાવ્યમાં ઘનશ્યામ વ્યાસ કહે છે,

"હવે તો તારામાં મસ્ત બની શરણું તારું સ્વીકારી લેવું છે.

કષ્ટ ભલે ખૂબ સહેવું પડે મન તારામાં એકાગ્ર કરવું છે."

'શ્યામ ઝરુખે' કાવ્યસંગ્રહના અનેક કાવ્યોમાં ઘનશ્યામભાઈની આ ઉત્કટતા વાચક સુધી પહોંચે છે.

શુભેચ્છા સંદેશ

‘શ્યામ ઝરુખે’ના પ્રાગટ્ય ટાણે ઘનશ્યામ વ્યાસને શુભેચ્છા કે એમનો આ ઉત્કટ પ્રેમ, આ બળકટ ભાવ શબ્દરૂપે વ્યક્ત થતો રહે અને એક પછી અન્ય કાવ્યો દ્વારા અભિવ્યક્ત થતો રહે.

રાજુલ કૌશિક

ખૂબ ઉમદા વ્યતિત્વનાં માલિક એવાં મિત્ર ઘનશ્યામભાઈ વ્યાસનો બીજો કાવ્ય સંગ્રહ 'શ્યામ ઝરૂખે' પ્રકાશિત થવાં જઈ રહ્યો છે, એ વાતની હું અનહદ ખુશી અનુભવું છું. આપના એક નહીં અનેક પુસ્તકો બહાર પડે એવી હૃદયપૂર્વક ઈશ્વરને પ્રાર્થના.

શુભેચ્છાઓ આપને છે દિલથી હજાર,
આવો દિવસ આવે જીવનમાં વારંવાર.

સફળતાનાં શિખરો હાંસિલ કરો હરબાર,
સફળતા મળે આપને જીવનમાં લાખવાર.

ચમકે આપનું ભાગ્ય જેમ ચમકે ચાંદ તારા,
ચમકતાં રહે સદાય જીવનનાં બુલંદ સિતારા.

ચારેકોર સદા વરસતાં રહે સફળતાનાં ફુવારા,
કદીના આવે જીવનમાં નિષ્ફળતા ના કિનારા.

તુષાર પંડયા ‘રૂદ્ર’ (ભાવનગર)

શુભેચ્છા સંદેશ

શ્યામ જ્યોતની અદ્ભૂત સફળતા બાદ શ્રી ઘનશ્યામ વ્યાસ દ્વારા રચિત બીજું કાવ્યસંગ્રહ 'શ્યામ ઝરૂખે' પ્રકાશિત થવા જઈ રહ્યું છે. જીવનના આઠ દાયકાઓ સફળતાપૂર્વક પાર કર્યા બાદ કલમની એક આવી હથોટી આવી ગઈ છે. જીવનના અનેકો અનુભવ અને વિવિધ પરિસ્થિતિઓ માંથી પસાર થયા બાદ તેમની નજરના નિચોડ સ્વરૂપે લખાયેલ વિવિધ કાવ્ય સંગ્રહ સ્વરૂપે અહીં માણવા મળે છે. આપના કાવ્યોની એ વિશિષ્ટતા છે કે આપ પ્રેમ વિરહ અને શ્યામ ભક્તિ સાથે વણી લો છો. જેના નામમાં પણ ઘનશ્યામ આવેલું છે અને કદાચ તેથી જ પ્રભુ શ્યામ પ્રત્યે અનન્ય ભક્તિ ભાવ આપની રચનાઓમાં જોવા મળે છે. આપના શબ્દો અને દરેક કાવ્યની એક એક પંક્તિ માણવા જેવી હોય છે. ખૂબ જ સ્વચ્છ સુઘડ અને ભક્તિરસથી તરબોળ તથા કંઈક નવીન બાબતની માહિતી આપના કાવ્યો માંથી મળતી હોય છે. તેથી જ હર હંમેશ ઈચ્છા જાગૃત રહે છે કે આપની કલમથી આ રીતના કાવ્યનો મબલખ પાક અમને મળતો રહે અને આપના અનેકો પુસ્તક, વિવિધ કાવ્ય સ્વરૂપોનો કાવ્યસંગ્રહ અમને સમયાંતરે મળતા રહે. ભાવિ પેઢી માટે અને આપણી સંસ્કૃતિની અંદર આ વારસો જળવાયેલો રહે તે માટે ખૂબ ખૂબ શુભેચ્છાઓ.

'શ્યામ જયોત' ની જેમ આ પુસ્તક પણ ખૂબ જ નામના પ્રાપ્ત કરે અને અનેકો લોકોના હૃદય સુધી આપના કાવ્યની ઉર્મીઓ પહોંચે, એ જ આશા અભ્યર્થના સહ મુરલી મનોહર કૃષ્ણ કનૈયા શ્યામ પ્રભુને પ્રાર્થના.

કિરણબેન બી. શર્મા 'પ્રકાશ'
સાહિત્યકાર અને લેખિકા
વડોદરા

સ્નેહી શ્રી. ઘનશ્યામભાઈ વ્યાસનો પરિચય 'ગુજરાતી ભાષા વિકાસ સંગઠન' વૉટ્સએપ ગૃપ માધ્યમે થયો.

ઘનશ્યામભાઈના 'દ્વિતીય કાવ્ય-સંગ્રહ' શ્યામ ઝરૂખે' માટે શુભેચ્છા સંદેશ લખતાં અત્યંત હર્ષની અનુભૂતિ થાય છે. પોતાની રચનાઓને તેમણે આકારના, વાણીનાં, અલંકારના સૌષ્ઠવથી અને ચારુત્વથી મઢી છે. કાવ્યરચનાઓ માં કવિએ ઉર્મિઓ ગૂંથેલી છે. ભાવોની સંકુલતા નું નિરૂપણ બહુ કૌશલ્યથી કર્યું છે.

ઘનશ્યામભાઈ આપણી સમક્ષ તેમનાં કાવ્યો અને ગીતરચનાઓનો ગુલદસ્તો લઈને આવ્યાં છે ત્યારે એમની શબ્દયાત્રાની આનંદયાત્રાને મારી હ્રદયપૂર્વકની શુભેચ્છા. આપની નિતનવી સુંદર રચનાઓ અમને વાંચવા, માણવા મળે, સાથે જ સાહિત્ય સરિતા આપની લેખિની માંથી અહર્નિશ વહેતી રહે એવી મા સરસ્વતીને પ્રાર્થના સહ ખૂબ ખૂબ શુભેચ્છાઓ અને હાર્દિક અભિનંદન.

ભાવના આચાર્ય દેસાઈ 'ભાવુ'

શ્રીમાન ઘનશ્યામભાઈ, કે જેઓ સાલસ અને નિખાલસ વ્યક્તિત્વ ધરાવે છે. માણસના દિલની અંદર ઝાખવુ હોય ને, તો તેમણે રચેલી રચનાને વાંચવી અને સમજવી પડે. તેઓશ્રીની દરેક શબ્દવેલી શ્યામ સાથે જ વીંટળાયેલી લાગશે. એ જ્યારે કલમ ઉપાડતાં હશે ને, ત્યારે તેમના કોરા કાગળ પર સાક્ષાત શ્યામજી બિરાજમાન થઈ જતાં હશે ! પછી એમની કલમ એક મોરપિચ્છ બનીને શ્યામની રચનામાં તરબોળ થઈ જતી હશે. શ્યામ, કૃષ્ણ,દામોદર ને કંઈ કેટલાય તારા નામ ! શ્યામ પોતે એક જાજરમાન વ્યક્તિ તરીકે નહીં પણ એ તો સમગ્ર જગત કે બ્રહ્માંડ જ છે. એમના વિશે રચના રચવામાં પણ શ્યામમય થઈ જવું પડે. એ શ્રધ્ધા, એ વિશ્વાસ અતૂટ ને અદમ્ય હોય તો જ શક્ય બને.

એમના "શ્યામ ઝરુખે" કાવ્યસંગ્રહમાં શ્યામ પ્રત્યેનો અનહદ પ્રેમ, લાગણી, વિરહનો તલસાટ, દર્શન માટેની પ્રતિક્ષા વગેરે માણવા મળશે. એમના દરેક કાવ્યો જાણે કે વૃંદાવન સમા લાગે અને દરેક પંક્તિ અલૌકિક શબ્દવેલીથી વીંટળાયેલી લાગે.આવા જ વાંચનથી અલંકૃત થવાનું મન થયા કરે. શ્રી ઘનશ્યામભાઈની એક રચના અહી ટાંકવાનું મન થાય છે, "સપનામાં આજે મને તડકો નડ્યો. ભર નીંદરમાં મને સૂરજ નડ્યો... મૌનમાં આજે બેઠો તો શબ્દ નડ્યો....." આમ કેવી ઊદાત્ત મનોસ્થિતિ! જીવનની વાસ્તવિકતા સહજ અને સરળ શબ્દોમાં સમજાવી દીધી.

ઘણું લખી શકાય તેઓશ્રી વિષે.શબ્દો ઓછા પડે છે સ્તુતિ માટે. તેથી આટલેથી વીરમું છું.

ગ્રીષ્મા પંડ્યા

ભાવ અને ઉર્મિઓ જ્યારે ચરમસીમા પર પહોંચે ત્યારે શબ્દો વ્યક્ત થવા ટળવળતા હોય છે.ભાષાના ભરપૂર પ્રેમમાં હોય, શબ્દસ્ફુરણા સહજ હોય એવે વખતે જે કવિતા લખાય તે વાંચકના દિલને સીધેસીધી સ્પર્શી જાય. ‘poet’ word comes from a Greek word, means ‘to make’.... કંઈક રચવું, બનાવવું. પરિકલ્પના, કાવ્યાત્મક વિચારો અને ભાવોર્મિથી ભરપૂર એટલે શ્રી ઘનશ્યામભાઈ વ્યાસ ‘શ્યામ’.

છાંદસ અને અછાંદસ કવિતાઓ લખવામાં એમનું પ્રાવીણ્ય અચૂક છવાયું છે. તેઓ શીઘ્રકવિ છે અને આસપાસ બનતી રોજિંદી પરિસ્થિતિને પણ કવિતામાં આસાનીથી વણી શકે છે.તેઓ નખશિખ કૃષ્ણપ્રેમી છે, એની પ્રતીતિ આપણને તેમના કોરોના કાળ દરમ્યાન લખાયેલા પુસ્તક ‘ શ્યામ જ્યોત ‘ પરથી થાય છે.આ ઉપરાંત તેમની રચનાઓ વૈવિધ્યસભર હોય છે, એના પુરાવા રૂપે આપણે આ પુસ્તક શ્યામ ઝરૂખેની કેટલીક રચનાઓ તરફ દ્રષ્ટિપાત કરીએ તો, પાકટ વયે પ્રેમ..

જીવનના પાછલા વર્ષોમાં જીવનસાથી સાથે જાણે ફરી પ્રેમમાં પડ્યા હોય એમ એમણે રોજિંદા જીવનમાં બનતી નાની ઘટનાઓમાં પણ સુખ શોધ્યું છે.તો ‘ ક્રિષ્ના ‘ દ્વારા રાધાનાં મનોભાવો સહજપણે રજૂ કર્યા છે.તો વળી આનાથી તદ્દન વિપરીત એવી રચના, ‘મારી પ્રાર્થના સભા’ નું પણ કાલ્પનિક પરંતુ યથાતથ વર્ણન કરવામાં પણ તેઓ સબળ રહ્યા છે, જે આપણને હકીકત તરફ અંગુલિનિર્દેશ કરે છે. તો અન્ય એક રચનામાં મીરાં એ ટચ સ્ક્રીનમાં કૃષ્ણને નિહાળ્યા.. તદ્દન આધુનિક પરિપ્રેક્ષ્ય. કેવી સુંદર પ્રકલ્પના.

એક ક્ષણ, હું, તું અને હવે આપણે બે જ, સપનામાં આજે તડકો નડ્યો.... બધી જ રચનાઓ સર્વગ્રાહી અને સહજ છે.

નખશિખ સહૃદયી અને જન્મજાત કવિ શ્રી ઘનશ્યામભાઈની આ સાહિત્ય યાત્રા અવિરત ચાલતી રહે, સંવર્ધન પામતી રહે અને મા સરસ્વતીના આશીર્વાદ એમને મળતા જ રહે એવી અભ્યર્થના..

શ્યામ ઝરૂખે ની શુભેચ્છા માટે મને લાયક ગણવા બદલ હું શ્રી ઘનશ્યામભાઈનો રૂણસ્વીકાર કરૂં છું.દરેક દિશાઓથી એમને શુભ પ્રાપ્તિ થાય એવી અંતરતમ શુભેચ્છાઓ..

ગીરિસુતા આચાર્ય

અનુક્રમણિકા

1.) વાંસળીના સૂર

આજ મને સંભળાય છે
વાંસળી ના સૂર,
અને હૃદિયામાં ઉમટે છે
લાગણી ના પૂર.

ગાયોની આંખોમાં કેવા
ઝગમગે છે નૂર,
જાણે ગોપીઓના પગમાં
બાજે છે નૂપુર.

કાનો લાગે છે આસપાસ
નથી ગયો એ દૂર,
શોધો એને, એ બેઠો હશે
કદંબની ડાળે જરૂર.

ગોપીઓના નેણ અને
રાધાજીના વેણ,
મોકલાવો હવે ઓલા
કાનુડાને કહેણ.

આવીજા હવે તું
યમુના ને કાંઠે,
રાધા સિવાય તું
કોઈને નહી ગાંઠે.

ગોપ ગોપી રાધા
બધા છે અહીં પાસ,
શ્યામ, પૂનમનો ચાલો
રમી લઈએ રાસ.

2.)   અગ્નિ

કોલસાને ઝૂંપડીમાં પ્રજ્વલિત
થતો જોઈ કોઈક ગરીબની જઠરાગ્નિ ઠરશે.

લાકડામાં પશુને બળતા
જોઈ કોઈક એની મિજબાની ઉડાવશે.

દાવાનળ પ્રકટી ઘણા
જંગલોની હરિયાળીને ઉજાડશે.

અતિ વૃષ્ટિ અને શ્રીકાર
વરસાદ ખેડૂતોના પાકને ઉજાડશે.

સ્મશાને બળતા લાકડા
કોઈક મા જાણ્યા ભાઈ,
કોઈક કુમળું બાળક,
કોઈકનું સિંદૂર,કોઈકનું ઘર,
કોઈકનો માડીજાયો ઉજાડશે.

કોઈક માલેતુજાર
ચંદનના કાષ્ઠમાં બળીને

પોતાની સુગંધ ફેલાવશે.

પણ અંતે આ બધું
રાખમાં મળી જશે અને
કોઈક એની ભભૂતી
બનાવી કપાળે લગાવી
અલખ નિરંજન ની
ધૂણી પણ ધખાવશે.
જીવનનું આજ સત્ય છે.

3.)   એક ક્ષણ

એક ક્ષણને કેટલી બાજુ હશે,
ક્યાંક સુનામી તો ક્યાંક
ધરતીકંપ હશે,
ક્યાંક કોઈકનું રુદન તો
ક્યાંક કોઈકની ખુશી હશે,
ક્યાંક કોઈ મિસાઈલ ફેંકશે
તો ક્યાંક કોઈ ધર્મસ્થાન
બાળશે, ક્યાંક કોઈ માતા
ની કોખ માં બાળક
અવતરતું હશે અને ક્યાંક
કોઈ અનૌરસ બાળક
નદીમાં ફેકાતું હશે, ક્યાંક
કોઈ ખમીરવંતી નારીનું
સરહદે સુહાગ ઉજડતું હશે
અને ક્યાંક કોઈને માથે
સિંદૂર પૂરાતું હશે, ક્યાંક
કોઈ બજારમાં ઉથલપાથલ થઈ હશે
અને ક્યાંક કોઈ રમતમાં મોટો સટ્ટો ખેલાતો હશે,
ક્યાંક કોઈ નુકસાન કરી આપઘાત કરતો હશે

અને ક્યાંક કોઈ એક રાતમાં

અમીર બનતો હશે,

ક્યાંક કોઈ ઉછામણીમાં

ઘી બોલાતું હશે અને

બહાર કોઈ ભૂખ્યો સૂકી ભાખરી ખાતો હશે,

ક્યાંક કોઈ બાપને પૈસે

જલ્સા કરતા હશે ,ક્યાંક કોઈ

સ્ટ્રીટ લાઈટ નીચે ભણતો

હશે, ક્યાંક કોઈ કીટી પાર્ટી

ચાલતી હશે તો ક્યાંક

ઓમ્ રામ શ્યામ ઘનશ્યામ

ની ધૂન બોલાતી હશે.

એક ક્ષણ

હવે તો બોલ ?

હજી તારી કેટલી

બાજુઓ હશે ?

4.) અનિશ્ચિતતાનો અગ્નિસંસ્કાર

ક્યારે આવશે એની
મને કોઈ ખબર નથી,
મરણની તૈયારી તો
હું કરી જ રહ્યો છું.

ઉંમરને કોઈ લાગે વળગે
એની શોધ હું આદરી રહ્યો છું.
મરણ વખતની પરિસ્થિતિ
વિશે હું વિચારી રહ્યો છું.

મરણ નિશ્ચિત છે તો યે
અનિશ્ચિત જીવન છે
અને મરણ પછી નું જીવન
પણ અનિશ્ચિત લાગે છે

સ્વર્ગમાં જવાનું કે નર્ક માં
દેશમાં રહેવાનું કે પરદેશમાં
નવો જન્મ કે સદંતર મોક્ષ
કર્મો પ્રમાણે કે જાતિ પ્રમાણે.

કેટલામો ફેરો ને કોનું ખોળિયું ?
બારમાં તેરમાં સુધી રહી
ગરૂડ પુરાણ સાંભળીને જ
મારે અહીં થી જવાનું ?

કેટલી અનિશ્ચિતતા છે
જીવનમાં અને બીજા
જનમમાં ? એના કરતાં
અનિશ્ચિતતાનો જ
અગ્નિસંસ્કાર કરી
નાખીએ તો ?

પણ એ તો રામ શ્યામ
ઘનશ્યામ ના હાથમાં.

5.) દિલમાં રહેલા હું ની શોધમાં

દિલ ન હોત તો
હું કેવી રીતે બનત ?
દિલ માત્ર બે શબ્દ
તો યે વિશ્વ તણી વિશાળતા.
આ વિશાળતામાં હું
ની સંસ્કૃતિ ઝંકૃત થાય
તો મારાથી હું ને
શોધી શકાય.

મારું દિલ એ મારું હૃદય
હું એમાં ધબકતો દેખાય.

હું એકલો ભટકું
એકલતામાં હું લટકુ.
આ દિલની વિશાળતામાં
હું નાનું અમથું ટપકું.
હું એટલે અહંકાર કે
હું એટલે ૐકાર.
હું એટલે અજવાળું અને

હું એટલે અંધકાર,ના ના
હું એટલે અમાસ અને
હું એટલે પૂનમ.
હું ની ગતિ ઘોંઘાટ કે
દ્રુતવિલંબિત.
હું એટલે મારા દુઃખને
સ્મિતથી છૂપાવવાની
આવડત.
હું એટલે મારું મંગળસૂત્ર.
બનાવે મને ભયથી
નિર્ભય.
હું એટલે પ્રેમ નહી આવેશ.
હું એટલે પોતાનું અંગત
હું એટલે એકડા વિનાનું
મીંડું એટલે એને
હું ને વળગવાનું શું ?
હું થી સળગવાનું શું ?
હું થી દાઝવાનું શું ?
હું થી મળવાનું શું ?
હું થી ડરવાનું શું ?
હું થી ગભરાવાનું શું?

હું થી ઘવાવાનું શું ?

હું થી હાસ્ય શું ?

હું થી રુદન વળી શું ?

હું થી રિદ્ધિ શું ?

હું થી પ્રસિદ્ધિ શું ?

હું થી સમૃદ્ધિ શું ?

હું થી વૃદ્ધિ શું ?

હું થી સૃષ્ટિ શું ?

હું થી અતિવૃષ્ટિ શું ?

હું એટલે મારા

અહમનું પાથરણું.

પણ આ રસાતાળ

ધરતી અને આ આકાશની

વિશાળતામાં હું દિલને

ક્યાં શોધું અને એમાં

રહેલા હું ને ક્યાં શોધું?

હું નો મારે કશોય ખપ

નથી. મારી માટે હું એટલે માત્ર રામ,શ્યામ,ઘનશ્યામ.

મારા અહમ જેવા હું ને

હું ખંખેરી નાખું.

6.)   આગમન

મન બહેલાવવા તને
જકડી રાખું કે
પ્રેમ કરવા તને
પકડી રાખું.

ઝંખું છું તને રોજ
ઝાંખે રાખું કે
એકાત્મ સાધવા તને
સાથે રાખું ?

વિચારોના વમળમાં
અટવાવી દીધો તે મને,
તો વિચારોની સાથે હવે
તને રાખું ?

લાગણીવશ કર્યો
તે મને તો હવે તારી
લાગણીનો ઉપકાર
માથે રાખું ?

શ્યામ ઝરૂખે

તમે બસ આવો આજે શ્યામ ગુરુ બનાવી
તમને દિલમાં રાખું
અને તમારા ચરણો ની
રજ માથે ચડાવું.

7.)   નથી શકતો

ગઝલો હવે હુ લખી નથી શકતો
શું કામ એ સમજાવી નથી શકતો.

મારા વિચારો રજૂ કરી નથી શકતો
દુ:ખ ને આઘાત પચાવી નથી શકતો.

સ્વજનોને જતા જોઈ નથી શકતો
આવેલા આંસુ ખાળી નથી શકતો.

નનામી તો બંધાઈ ને મુકાઈ ગઈ
પણ કાંધ હું આપી નથી શકતો.

સ્મશાને તો હું પહોંચી શક્યો
પણ એક કાષ્ઠ મૂકી નથી શકતો.

આટલા બધા મૃતદેહો જોઇને
ચિતાને અગ્નિ આપી નથી શકતો

રાખમાં પડેલાને નિહાળી નથી શકતો.
મારા દિલની રાખ બુઝાવી નથી શકતો.

આપણે આવ્યા એટલે જવાનું તો છે જ
પણ સાગમટે વિદાઈ આપી નથી શકતો.

ચીમની જેવી ચીમની પણ મોત જોઇને પીગળી જાય છે.
દીકરાની અસ્થિ પણ હું લઈ નથી શકતો.
વિલે મોઢે હું પાછો ફરું છું
ત્યાં બીજી નનામી હું જોઈ રહ્યો છું

હવે એને પણ કાંધ આપી નથી શકતો,
ગઝલો હવે હું લખી નથી શકતો.

8.)   પગલાં

ચાલી ને આવતા
આ પગલાં
લઈ જાય છે મને
દૂર,મારા થી દૂર.
જોઈને ચાલ
આ પગલાં ની
લાગે છે દોડવું છે
એને તારી સંગ
વાટ પકડવા અનંતની.

૭.) કૃષ્ણ પ્રેમ

મીરાંએ ટચ સ્ક્રીનમાં
કૃષ્ણને નિહાળ્યા.

વોટ્સએપ્પમાં કરી વાતો,
મેસેન્જરમાં કર્યો પ્રેમ.

કેનવાસથી પ્રેમને રંગી
વસંતનો આપ્યો નિખાર.

બનાવી પ્રેમના કાવ્યો
ફેસબુકમાં કર્યા અપલોડ.

સાયબર ક્રાઇ માં
એક્સપર્ટ રાણાએ
જોયા ફોટા,
કર્યો ડેટા હેક.

પણ આ તો આધુનિક મીરા,
થોડી ગટગટાવે ઝેર ?

ગૂગલમાં ડેટા સર્ચ કરતા,
કૃષ્ણનો ઈન્સ્ટાગ્રામમાં ફોલોઅપ,
ડેટા કર્યો છે મેં સેવ.

રાણાને મેસેજ.
કૃષ્ણ માટે લખેલા પ્રેમના કાવ્યો
આઇફોનમાં કર્યા છે સેવ.
અમર છે અમારો
કૃષ્ણ સાથેનો પ્રેમ.
મોબાઈલમાં પણ પ્રેમ
હવે થાય છે સેવ.

10.) કાનો ક્યાં મળે ?

કાના તું બોલાવે મુજને
આવું તો કેવી રીતે આવું?
ગોકુળ મથુરા, વૃંદાવન
ક્યાં મળે મને આનંદવન ?
આવું તો કેવી રીતે આવું?
રાત્રે લાગે જંગલનો ડર
દિવસે તારા લોકોનો ડર
આવું તો કેવી રીતે આવું?
ગોપીઓ સંગ શરમ લાગે
એકલીને તું માર્ગ ભુલાવે
આવું તો કેવી રીતે આવું?
ધીરે ચાલુ તો કમર લચકે
ઝટ ચાલુ તો પગ મચકે
આવું તો કેવી રીતે આવું?
શ્યામ તને વિનતી કરે
તું જ આવને મારે ઘરે.

11.) નડ્યો

સપનામાં આજે તડકો નડ્યો.
ભર નીંદરમાં મને સૂરજ નડ્યો.
બહાર આવીને જોયું તો બિલાડી ઊભી
એને પણ આજે માણસ નડ્યો.
મૌનમાં આજે બેઠો તો શબ્દ નડ્યો.
પરદેશ જવું તું તો કોરોના નડ્યો.
જ્યાં માન મળ્યું, ત્યાં અહમ નડ્યો.
તારા પ્રેમનો વિશ્વાસઘાત નડ્યો.
સતત ઝંખ્યા એનો પ્રણય નડ્યો.
મિલકતને જોઈને આ દીકરો નડ્યો
સ્વર્ગની તૈયારીમાં ડોક્ટર નડ્યો.
જીવન જીવવા નહોતી નવરાશ
એને મારવા માટે સમય નડ્યો.

ઘનશ્યામ જાય તો ક્યાં
જાય એને આજે શ્યામ નડ્યો.

12.) તમને જોઈને

તમને જોઈને એક
ચહેરો સદાને માટે
અંકિત થઈ જાય છે
મારા દિલના ખૂણામાં.

ન સુરમો ન કાજલ
આંખોમાં બસ પ્રેમ,
ન અંજન ન લાલી
તો યે કેવા વ્હાલા ?

છો તમો એકદમ નિરાળા
તમારી દુનિયા સાવ અનોખી,
નથી દુનિયા તમારી માટે
તમે છો ખાસ કોઈને માટે

નજાકત અને નમણાશ
સાથે નખશિખ સુંદરતા
દિલમાં કુમાશ સાથે
સદાય દિલમાં વસેલા.

ભગવાને ફુરસદના સમયે ખાસ પ્રસંગ માટે ઘડેલા.

આ ખાસ પ્રસંગ અને
તમારી સાથે મિલાપ,
ક્યારે થશે ? ઇંતેજારી
ક્યારે ખતમ થશે ?
ક્યારે થશે
મિલાપ સદાને માટે ?
આ જન્મે કે આવતે ?

ઘણા બધા સવાલો છે
પણ છે ક્યાં જવાબ,
ભગવાન તારી પાસે?

13.) મારી પ્રાર્થના સભા

ક્યારે જવાનો છું એ ખબર નથી,
તો યે ડોક્ટરોએ હાથ ધોઈ નાખ્યા છે.

એટલે બધાને હવે કામ મળી ગયું,
ના ના બધાએ કામ વહેંચી લીધું.

સગાવ્હાલા એ રડવાનું હાથમાં લીધું.
સોસાયટી વાળા એ દયાભાવ દેખાડવાનું.

કોઈકે ચારપાંચ ફોટા લઈને સ્ટુડિયોમાં
સરસ ફોટાને મોટો કરવાનું કહી દીધું.

મારા વિશે સારું બોલવા માટે
ચાર પાંચ વક્તાઓને તૈયાર કરવા કહી દીધું.

એવુ ધારદાર અને જોરદાર બોલે કે
આવેલાની આંખો ભીની થઈ જાય.
ભજન માટે ફાલ્ગુની બહેનને કહી દીધું.
ખત્રીમાં જઈને ઝભા લેંઘા નવી
ડિઝાઇન ના બધાએ લેવાનું શરૂ કરી દીધું.

કલકત્તી સફેદ સાડી દસ બાર
લાવીને કબાટમાં મુકાવી પણ દીધી.

પ્રાર્થના સભા માટે એક એરકન્ડિશન હોલ
પણ બુક કરાવી દીધો.

મારો કાવ્ય સંગ્રહ "શ્યામ જ્યોત" પણ આપવા માટે
લાવીને મૂકી દીધી.

નાસિક જવું કે સિદ્ધપુર કે
પછી સરાવા ગયા જવું બસ
એટલું જ બાકી રાખ્યું.

14.) ક્રિષ્ના

હે
કૃષ્ણ
તારી મૂર્તિ
મીરાંના કાળજામાં
કેવી કોતરાઈ ગઈ.
મીરા તો હૈયું
હાથ ન રહે
એવી રીતે
હરખાઈ
ગઈ.

કૃષ્ણના મુખારવિંદની
માયા એની કેવી લાગી.
એની નજરું સાથે
નજરું મેળવતાં
બે ઘડી કેવી
શરમાઈને
છોભીલી
પડી

ધનશ્યામ વ્યાસ 'શ્યામ'

ગઈ.

રાણો અને રાણાનો
મહેલ બિલકુલ
ન આવે
યાદ.

દિવસને રાત
મનોમન કૃષ્ણને
જ કરે
યાદ.
કૃષ્ણના બંધનમાં
જુઓને કેવી
બંધાઈ
ગઈ.

મુરલી તણા નાદમાં
રાધા સાથે તાનમાં
મૌનના તાલમાં
ઘૂંઘરું પહેરીને
નર્તન કરતી
ગીત ગાતી

26

શ્યામ ઝરૂખે

એ જાતી.

આગળ આગળ મહાલતી

પોતાની ભક્તિની કેડી

પર કૃષ્ણ સાથેની

સેવામાં કેવી

પરોવાઈ

ગઈ.

હવે તો ચિતડાના

ચોર સાથે પાકી

પ્રીત એની

બંધાઈ

ગઈ

મીરાં કૃષ્ણમય

ને ઘનશ્યામ

શ્યામ મય

થઈને જોડાઈ

ગયા.

15.) કૃષ્ણ પ્રેમ

ખરા દિલથી
તને હું પ્રેમ
કરું છું.

સજળ આંખે
તને વ્હાલ
કરું છું.

પરસેવો પાડી
તારા પગ
ધોઉં છું.

વિના દૃષ્ટિ
તારો સ્પર્શ
અનુભવું છું.

સ્વાદ,શ્રુતિ,સ્પર્શ
બધે સમાધાન કરું છું.
તું સંપૂર્ણ છે
માટે સાષ્ટાંગ

28

શ્યામ ઝરૂખે

પ્રણામ કરું છું.

છું શ્યામ પણ
વ્હાલ કૃષ્ણને કરું છું.

16.) ઓમ્

રોટલી જેવો કોઈ રામ નથી
ભાખરી જેવો ભગવાન નથી
દાળ જેવું કોઈ દિવ્ય નથી
ભાત જેવો ભાઈબંધ નથી

શાક જેવી કોઈ સાથી નથી
પાણી જેવું ઔષધ નથી.
સહકુટુંબ સાથે જમવા
જેવો કોઈ આનંદ નથી.

નીચે બેસી જમવા જેવો
કોઈ યોગ નથી.
જમતાં પહેલાં મંત્ર બોલવા
જેવી કોઈ પવિત્રતા નથી.

આ બધાનો સમન્વય જેવા
કોઈ સંસ્કાર નથી.

17.)   ભગવાનની પેટ છૂટી વાત

હું ઈશ્વર છું એની ના નહીં
પણ તમે કરોડો છો ને હું એક
છું ભલે તમે એકે હજારા કહો.

મારે આરામમાં રહેવું હોય
પણ તમે ક્યાં રહેવા દો છો ?

મંગળા આરતી કરવી હોય
એટલે મને વાઘા પહેરાવીને
બાબલાની જેમ તૈયાર કરો.

છપ્પન ભોગ મને ધરાવો
છો ને આરોગવા પતિ ને,
જો ડાયાબિટીસ થાય તો
આપણો છપ્પન ભોગ બંધ.

લગ્ન નથી થતાં તો
મંગળફેરા ની બાધા,
સંતાન નથી તો ઘોડિયા
ની બાધા. નોકરી ને

ધનશ્યામ વ્યાસ 'શ્યામ'

છોકરી માટે પણ બાધા.

માબાપ માટે નહી પણ
મિલકત માટે બાધા.

કોઈને બજાર ઊંચું લઈ
જવું છે તો એની બાધા.

મંદિરમાં ઘંટારવ કરી
મારા કાન કોતરી નાખ્યા.

કામ ન થાય તો શ્રદ્ધા ઘટે,
થઈ જાય તો મહાભોગ!

વરસાદ નથી તો યજ્ઞ
આકાશ ખાબકે છે તો ખમ્મા.

પણ સાચું કહું હું કાઈ જ કરતો નથી,
તમારું કામ થઈ જશે એવુ કહેનારા મારા કોઈ
કમિશન એજન્ટો નથી.

તમને સ્વર્ગ જેવી લીલીછમ
પૃથ્વી આપી વસવાટ માટે

શ્યામ ઝરુખે

એને કરી તમે રાખ એમાં મારો શું વાંક?

તમે આજ સુધી ઘણી પ્રાર્થનાઓ કરી
પણ આજે , હું તમને એક પ્રાર્થના કરું છું
કોઈ માંગણી ન હોય તો જ... આવજો.

18.) પ્રીતમનું નામ

ગોરાણી કિયા છૂંદણે
કોરાયું પ્રિતમનું એ નામ,
સૈયર આવી ફંફોળે છે
છૂંદણાંમાં વ્હાલું એ નામ.

કિયા મંદિરે જઈ
પ્રસન્ન કર્યા મહાદેવ,
કિયા પીપળે પાણી લોટા કેટલા પૂજ્ય દેવ!

કૂવામાં બેડલું સીંચી
ઠાલું ઉપર લાવ્યા,
સૈયર સાથે વાત્યું મેલી
પોબારા તમે હેંડ્યા.

પ્રીતમનું આવ્યું કહેણ
કે છૂંદણાંમાં નામ !
સૈયરું બધી રહી ગઈ
થઈ ગયા તમે ઠરીઠામ.

સૈયર આવી ફંફોળે છે

શ્યામ ઝરૂખે

છૂંદણાંમાં વ્હાલું નામ.
ગોરાણી કિયા છૂંદણે
કોરાયું પ્રિતમનું નામ.

19.) ઉદાસીનું સન્માન

મોટા સાહિત્યકારનું
દેખાડ્યું મકાન ગામને છેવાડે.

દેખાય એક જ બારી
થોડી બંધ થોડી ખુલ્લી.

સામે ઉછળતો દરિયો
ને પાછળ છે સ્મશાન.

દેખાય ચામાચીડિયાં
ને મધપૂડાના ટોળા.

ખખડધજ ભેખડો
સાથે કાળમીંઢ પથ્થરો.

મકાનમાં કવિ એ કર્યું તું
કવિતાનું આદાન પ્રદાન.

ગાળ્યુ તું એકલતામાં
એમણે આખું જીવન.

આજે થયું છે
કવિની ઉદાસીનતાનું
મરણોત્તર સન્માન,

પર્યટકો આવીને
નિહાળે ભવ્ય મકાન.
મનમાં બોલે કવિ
તમને લાખો સલામ

20.) પાકટ વયે પ્રેમ

પાકટ વયે પ્રેમ
કરવાની મજા છે.
પાકટ પ્રેમ સાથે
જીવવાની મજા છે.

ગુજરાતી સાડી ને
કેડ માં છે ઝુમખો
સોનેરી ચશ્મા પણ
પહેરવાની મજા છે.
ચાંદીના વાળ
સાથે ફોલ્ડિંગ સ્ટીક
ગાડીમાં થી હસતા
આવકારની મજા છે.

મંદિરમાં મહાદેવ
પ્રસન્ન કરે એને
પ્રસન્ન કરવાની એક
ઓર જ મજા છે.
મંદિરના બાંકડે બેસી

શ્યામ ઝરુખે

એકબીજાને શાંતિ
થી નિરખવાની
પણ એક મજા છે.
એક જલેબી અને
બે ફાફડા સાથે ત્રણ
મરચાં બોખા દાંતે
ખવડાવવાની ને
ઉભા ઉભા ખાવાની
પણ એક મજા છે.
ન કોઈ અનુચિત
માંગણી કે ગુસ્સો
બસ એકબીજાના
હુંફ ની મજા છે.
થોડું જીવવું પણ
પ્રેમ થી જીવવું
હળીમળીને ને
રહેવાની મજા છે.

21.) એક વાત

આંખોએ છુપાવેલી
કહેવી છે વાત,
ભલે હિંડોળે ઝુલુ હું
માઝમ રાત.

ફૂલો સાથે પતંગિયાનો
જોયો મેં પ્રેમ,
ભમરાને કેમ આવ્યો
એમાં વહેમ ?

આ મનગમતું સગપણ
ને અનોખી વાત,
તમે પણ જોઈને રાખજો
છાની આ વાત.

વ્હાલાની મોરલીના
સંભળાય રાધાને સૂર,
તો યે ગાયો ભાંભરતી આવે
ભલે ને હોય દૂર.

શ્યામ ઝરૂખે

આ કાન અને સૂરની
કેવી અનોખી વાત,
મારા હૈયાને તો આ
ગોઠી ગઈ વાત.

ભલે હિંડોળે ઝુલુ હું
આખી રાત,
આજ મનગમતી મારે
કહેવીતી વાત.

41

22.) તમે યાદ આવ્યાં

સાડી લીલી જોઈને
તમે યાદ આવ્યાં,
તમે યાદ આવ્યા.

જાણે લગ્નની પહેલી
ખરીદી મારા શ્યામ,
એક તરુણી મળી ને
તમે યાદ આવ્યાં,
તમે યાદ આવ્યાં.

ક્યાંક ચોરીમાં બેઠો
ને તમે યાદ આવ્યાં,
જાણે પાનેતર પહેરી
સન્મુખ થયા શ્યામ,
કોઈ ફેરા ફર્યું ને
તમે યાદ આવ્યાં
તમે યાદ આવ્યાં.

કોઈ બારણે ગયું
ને તમે યાદ આવ્યાં

જાણે ઓચિંતી થઈ ગઈ

વિદાઈ મારા શ્યામ,

એક ડૂસકું ભર્યું ને

તમે યાદ આવ્યાં,

તમે યાદ આવ્યાં,

તમે યાદ આવ્યાં.

23.) મારા પ્રભુ

પ્રભુ આવીને વસો મારે ઘેર
મારું ઘર ઢૂંકડુ છે.

મારું ઘર છે ગોકુળિયું ગામ
મારું મનડું છે તીરથ ધામ.
પ્રભુ આવીને...
મારું ઘર...

આંગણે ગાયો નો છે વાસ
ગોવાળો આવી રમે અહીં રાસ
પ્રભુ આવીને...
મારું ઘર...

મારે તે આંગણે માલીડો આવે
પ્રભુને કાજ રોજ ફૂલડાં લાવે.
પ્રભુ આવીને...
મારું ઘર...

મારે આંગણે ગોવાલણ આવે
આવીને કઢિયલ દૂધ ધરાવે

પ્રભુ આવીને...

મારું ઘર...

આંગણિયે સાથીયા પૂરાય

તુલસીને પીપળો વવાય.

પ્રભુ આવીને...

મારું ઘર...

અહીં નરસિંહની કરતાલ સાથે

મીરાંના ભજનિયાં ગવાય

પ્રભુ આવીને...

મારું ઘર....

"શ્યામ"ની બસ એક વિનંતી

સાંભળોને મારા ઘનશ્યામ.

પ્રભુ આવીને...

મારું ઘર....

લખચોરાસીનો ફેરો ટાળવા તમે આવોને મારા રામ

પ્રભુ આવીને વસો મારે ઘેર

મારું ઘર ઢૂંકડુ છે.

24.) મારા નાથ

હે મારા શ્યામ
તારા આ મુખારવિન્દ ને
જોવા આંખો ખુબ તરસે છે,
જોઈને આ તન તારું, મન
સાથે મુખડું મારું મલકે છે.

તારી સાથેની મસ્તીમાં
હવે ચિત્તને પરોવી દેવું છે,
મારી અવિચળ વાણીને હવે
તારા ગુણલા ગાવા છે.

હવે તો તારામાં મસ્ત બની
શરણું તારું સ્વીકારી લેવું છે,
કષ્ટ ભલે ખુબ સહેવું પડે
મન તારામાં એકાગ્ર કરવું છે.

એક મારી અરજી સાંભળ
મારે કાનમાં કંઈક કહેવું છે,
જો તું હા પડે તો મારે જિંદગી
ભર તારા ચરણોમાં રહેવું છે.

46

શ્યામ ઝરૂખે

આ રામ, આ શ્યામ અને
આ ઘનશ્યામ ને હવે નથી
ફાવતું સહેજ પણ તારા વગર
આ આવ્યો બસ એક ઈશારો કર.

25.) જન્માષ્ટમી

વૃંદાવનમાં કાનાની વાંસળી વાગે
પાગલ ગોપીઓ પનઘટ પર નાચે.
આખું વૃંદાવન મસ્તીથી મ્હાલે
જ્યાં રાધા કાનાની ભેળી રાહડા રમે .
વાંસળીમાંથી વહેતા કેવા માદક સૂર
પંખીઓ કરે વૃંદાવનમાં કલરવનું પૂર.
જોવાને આજ એક એનું માદક સ્મિત
કાના ઊભો રહે હું આવું તારી નજદીક.
હવે નથી જોવાતો આ વિરહનો તલસાટ
કાના આવીજા બાર વાગે
જોઉં તારા દર્શનની વાટ.

26.) કહેવું નથી

કહેવું નથી તો યે
કહેવાય જાય છે,
તમને જોઈને પ્રેમ
હવે થઈ જાય છે.

હસતું મુખારવિંદ જોઈ
વ્હાલ આવી જાય છે,
વાંકડિયા વાળ ને
સ્પર્શ થઈ જાય છે.

ગાલે ખંજન જોવા મન
તલપાપડ થાય છે,
હોઠ પર કાળો તલ
કેવી મુસ્કાન આપે છે.

જવલ્લે જોવા મળતી છબી
નખશિખ જોઈ લઉં છું,
આખે આખી તસવીર
દિલમાં ઉતારી લઉં છું.

શ્યામ ક્યારે મળશે કોને
ખબર, "આશા અમર છે"
અને તું જલ્દી આવ
બસ તારી રાહ જોઉં છું.

27.) શબ્દો

શબ્દો સાથે હવે મારે કોઈ રમત રમવી નથી.
સાપસીડીની જેમ કોઈને ઉતારી પાડવા પણ નથી.
ગમ્મે એવા શબ્દો ને મારે સ્થાન આપવું નથી.
શબ્દો થી કોઈને મન દુઃખ થાય એવું મારે લખવું નથી.
અચાનક સ્ફુરેલા શબ્દોથી મન મારે
ભગવાન સિવાય કોઈ પાસે ખોલવું નથી.
શબ્દોમાં લાગણી બતાવી કોઈનું દિલ જીતવું નથી.
બે લીટીઓની વચ્ચે અદ્રશ્ય
દિલને દુભે એવા શબ્દો મૂકવા નથી.
ખોટું બોલી,ખોટું લખી કોઈ સાથે વેર બાંધવું નથી.
પવિત્ર શબ્દોની પ્રાર્થના, ભગવાન માટે ની ભાવના,
રામ,શ્યામ ઘનશ્યામની આરાધના, સિવાય બીજું
મારે કાંઈ લખવું નથી.

28.) એકલતા

એક ઓશીકું એક ઓઢવાનું,
હવે મારે એકલા સૂવાનું ?
૫૦ વર્ષ સજોડે ગાળ્યા
એકબીજાના પડખા સેવ્યા,

હવે અચાનક ચાલ્યા જવાનું!
પણ મારે કેવી રીતે રહેવાનું?
સુખદુઃખના દિવસો સાથે ગાળ્યા,
સુવાવડના દિવસો અહીં પાળ્યા.

સારામાઠા પ્રસંગો કેવા સહર્ષ વિતાવ્યા,
ગરીબીના દિવસો હરફ વગર કાઢ્યા,
બધું બંને એ સાથે જ કર્યું,
તો યે કીધા વગર એકલા ગમન કરવાનું ?

માંદગી તો તને ય આવી અને મને ય આવી,
તો યે તારે એકલા, સાથે
લીધા વગર જતા રહેવાનું ?
મારે જ એકલતા સહેવાની?
આ ઉંમરે કેવી કેવી પળોજણ કરવાની !

શ્યામ ઝરૂખે

જિંદગીની કેવી કેવી ગાંઠો
ઉકેલવાની .

બસ હવે મારે આમ જ એકલતામાં રહેવાનું ?
તારા વગર આમ જ એકલવાયું જીવન જીવવાનું?
એક ઓશીકું અને એક ઓઢવાનું,
હવે મારે એકલા કેવી રીતે સૂવાનું ?

29.) વિશ્વાસ

જો પ્રભુમાં હશે વિશ્વાસ.
જીવનમાં આવશે મીઠો સ્વાદ.

પ્રભુ પાસે હશે નવરાશ
જીવન હશે પ્રભુનો પ્રસાદ.

ઊઠીને જોજો તમે હાથ
રાધાકૃષ્ણ દેખાશે સાથ.

કરમાં શારદા
આંગળીએ લક્ષ્મી
ત્યાં હશે પ્રભુનો વાસ.

મુખેથી સમરજો રામ
પ્રભુને ખોળે મળશે આરામ.

આજ ખરી ભક્તિ તમારી મારા
રામ શ્યામ ઘનશ્યામ.

30.) માણસ છું

સ્વર્ગથી કંટાળીને
સ્વર્ગને પૃથ્વી બનાવવા આવેલો
હું માણસ છું.

કિનારે મોજાં જોઈ
સાગરની ગહેરાઇ માપવા આવેલો
હું માણસ છું.

મરજીવો બની
સ્વર્ગ માટે રત્નો
શોધવા આવેલો
હું માણસ છું.

દેશાટન કરી સાચા
માણસની શોધમાં
આવેલો
હું માણસ છું.

સફળતાની છાયામાં
રહેલી નિષ્ફળતાની

ધનશ્યામ વ્યાસ 'શ્યામ'

બુનિયાદને શોધવા આવેલો
હું માણસ છું.

રેખાઓને હાથની મુઠ્ઠીમાં બંધ રાખીને
રાખીને બદલવા આવેલો
હું માણસ છું.

જીતેલી બાજીને હારમાં પલટી ને
શાંતિ સ્થાપવા આવેલો
હું માણસ છું.

દુનિયાભરમાં ભારતનો ડંકો
બજાવનાર નારબંકાને નમન
કરવા, સ્વર્ગથી આવેલો
હું માણસ છું.

31.) સંબંધો

જુના સંબંધો હવે જોડવા નથી,
અને નવા સંબંધો હવે તોડવા નથી.

થયેલા મનદુઃખને યાદ કરવા નથી,
દુખતી નસને હવે દબાવવી નથી.

લાગણીશીલમાંથી લાગણીહીન માટે
પાણીમાંથી પોરા કાઢવા નથી.

જેને પાણીમાંથી પોરા જ કાઢવા છે
એવા પરપોટા સાથે ભળવું નથી.

અંદરના માયલા સાથે આત્માના અવાજ ને
અનુસરી,એને ઓળંગવો જ નથી.

32.) મારા શ્યામ

નથી નજરોથી દૂર
નથી દિલથી દૂર,
એક પડછાયાની જેમ
મારા આતમના નૂર.

આઠે સમાની ઝાંખી
સન્મુખ દર્શનની ઝાંખી
વામન બની વિરાટને
પાછા વામનની ઝાંખી.

ભર વરસાદને રોકી
કેવી કરાવી તમે ઝાંખી
સાક્ષાત્ સામે આવી
દેખાડી અમને ઝાંખી.

પણ અબૂધ અમે
ક્યાં સમજીએ કયા
સ્વરૂપે આવી કરાવી
અમને તમારી ઝાંખી?

તમે જ મારા રામ ને
તમે જ છો ઘનશ્યામ !
તમે જ છો મારા આતમ
ને તમે જ મારા શ્યામ.

33.) જીવવાની કળા

અધ્ધર જીવે જીવ્યા
પછી વિસ્મય પામતા જીવવું છે.

વિષાદના વમળમાં ફસાઈ અશુભ રીતે રોજ જીવ્યા પછી,
દુનિયાને નરી આંખે જોઈને ખુશીથી જીવતા શીખવું છે.

દેવદાસના વંશજ બની પ્યાલો તો રોજ ભરી ને પીધો
હવે ભીતરથી નિરાશા ઉલેચી ઉત્સાહી બનીને જીવવું છે.

દવાથી ખુબ દુર રહીને લોકોની દુઆઓ સાથે જીવવું છે.
તંદુરસ્તી કોઈ જાળવે તો રામદેવ બની જીવવું છે.

પાનખરને પલટાતી જોતા મોસમની સાથે જીવવું છે.
ચિંતાના વાદળો દૂર કરી શુભ ચિંતક બની જીવવું છે.

"શ્યામ".તારા સાનિધ્યની પ્રેરણાથી
પ્રેરણાથી પરમાનંદ બની જીવવું છે.

34.) તરબોળ

આ ધૂપ છાંવમાં
ભીની ભીની મસ્તાની
માટીની ખુશ્બુ લઈને
તું આવ મારે તરબોળ
થઈ જવું છે.

આ ધૂપમાં તું અષાઢ
ના ગીત લઈને
આવ પસીના થી
રેબઝેબ થવું છે.

આ ધૂપ છાંવ ના
વાયરા મારા
અંગ અંગને બાળે
એની પહેલા તું આવ
વરસાદ લઈને તારી
સાથે ભીંજાઈ જવું છે.

તારી સાથે વરસાદી
માહોલના નશામાં

ધનશ્યામ વ્યાસ 'શ્યામ'

મદહોશ થઈને તારામાં
એકાકાર થઈ જવું છે.

આ ધૂપ છાંવ "શ્યામ"
તું જ લઈને આવ ને.
તારી સાથેના સંબંધોમાં
સદાને માટે મારે
સંતાઈ જવું છે.

श्याम झरुखे

35.) કોઈક હોવું જોઈએ

તમારા જેવું કોઈક હોવું જોઈએ
ક્યાંક કોઈ એક એવું, પારકું હોવું જોઈએ,
જે નથી આપણું છતાંય આપણું હોવું જોઈએ.
નામ વગરના સંબંધમાં
એક એવું નામ હોવું જોઈએ જેનો હાથ
પકડી બેસવું છે
એમ આપણું મન કહેવું જોઈએ .

નથી જોઈતું કશું મારે એમની પાસેથી કશું, બસ ચહેરા પર
એમના એક નિર્મળ હાસ્ય હોવું જોઈએ ,
આવું કહેનાર કો'ક તો જીવનમાં હોવું જોઈએ.

જે નથી આપણું છતાંય,કોઈ આપણું
મિત્ર હોવું જોઈએ !

36.) ભૂલી જવામાં મજા છે

માન ભૂલી જા, અપમાન ભૂલી જા,
કડવા ઘૂંટડાને એમ જ તું પી જા,

કોણે કરી નિંદા કે કોણે ઉડાડી હાંસી,
પાછળ જોવાનું હવે તું સાવ જ ભૂલી જા,

મિત્રો છે એટલે કાદવ તો ઉછાળશે,
વસ્ત્રો ધોઈ નાખી બધું તું ભૂલી જા.

ગમે છે જે તને એની જ તું શોધ કર,
ન મળે તો એને ભૂલવાની કોશિશ કર.

લખે છે તું એને નહી મળે ઈર્શાદ
નિજાનંદ માટે લખ અને ભૂલી જા.

અહિયાં આવ્યા ગયાનો રાખે છે કોણ હિસાબ!
કોઇ તને યાદ રાખશે એ પણ ભૂલી જા.

37.)   શ્રીજીની માયા

મારી શ્રીજી સાથે માયા
જેવી કદમ કેરી છાયા,
સોંપી તમને મારી કાયા
શ્રીજી તમે બહુ વ્હાલા.
કીર્તનમાં હું આવીશ
માળા પહેરાવીશ,
શ્રીજીને રૂપાળા રાખીશ
કંઠી તમારી પહેરીશ.
યમુના ઘાટે આવીશ
આવી ને સ્નાન કરીશ,
શ્રીની ધજા ચડાવી
મધુર વાણી ને માણીશ.

વલ્લભકુળના ઠાકોરજી
કૃપા રાખજો શ્રીનાથજી,
અંતરથી આશિષ આપી
ચરણે રાખજો ગિરધારી.

38.) સાચો પ્રેમ

પવન વાયો તો સહજ પૂછ્યું કેમ છે ?
પાછળ આવતા તમે બોલ્યા હેમખેમ છે !

તમારા હોઠ ના સ્પંદન હું જોઈ રહ્યો.
તમારી વાળોની સેર ના વળાંક હું જોઈ રહ્યો.

હજી જાઉં તેની નજદીક અને ભરું એને શ્વાસમાં
ત્યાં તો સેર ઉડીને વળગી મારી આંખમાં.

ઉઘાડા પગ અને થાળી હતી બંને હાથમા,
હાથ પકડી લઇ ગઈ મને એની સાથમાં.

એના રૂપને મેં નખશિખ જોયા જ કર્યું.
અચાનક એણે પૂછી લીધું.
ધરાઈ ગયો ?
અવાચક થયેલા મને એણે જકડી લીધો
મંદિરના પગથિયાં પર મને બેસાડી દીધો

રાધા કૃષ્ણ મંદિર એ જ છે સાચો પ્રેમ
કૃષ્ણ તું,

શ્યામ ઝરૂખે

રાધા હું,
હજી છે તને કોઈ વહેમ?

તું જ મારો કૃષ્ણ
તું જ મારો શ્યામ
તું જ મારું મંદિર અને તું જ ઘનશ્યામ.

39.) કવિ

કવિઓ જન્મે પ્રેમ થી
વગોવાય છે શબ્દોથી.

કવિઓ લખે નિરાશાથી
વિચારો જન્મે આશાથી.

કવિ મુંઝાય પ્રશ્નો થી
તો ઉકેલે કવિતા થી.

કવિ થી ઉપસે જવાનો
કેવા કસુંબીના રંગોથી.

કવિ નથી કરતા પ્રણય
તો યે ઓળખાય પ્રેમથી.

કવિતા જન્મે છે વ્યક્તિમાં,
પણ દર્પણ છે સમાજમાં.

40.) સબંધ

આપણો સંબંધ કોના જેવો ?

કાળજામાં કોતરાઈ જાય એવો કે

હરખમાં હરખાઈ જાય એવો કે

સાન ભાન વિસરી દેવા જેવો કે

ચિત્તડું ચોરી લેવા જેવો કે

મીંઢળમાં નામ લખવા જેવો કે

મંગળ ગીતો ગાવા જેવો કે

સફળ જીવન જીવવા જેવો કે

ગીતાના અધ્યાય વાંચવા જેવો કે

સુખના સરવડે ભીંજાય એવો કે

શરદપૂનમના ચાંદ જેવો કે

વીરના વૈરાગ્યને શોભે એવો કે

હૃદયમાં રૂપાળો લાગે એવો કે

શ્રીજી ચરણની રજ લાગે એવો કે

શ્યામ ઘનશ્યામમાં ઓતપ્રોત થાય એવો.

સંબંધ હતો ક્યારે

ખરાબ કે હું વર્ણવું

કે કોના જેવો ?

આપણો સંબંધ વળી
આપણા જેવો !

41.) વગર વાયરે

વગર વાયરે હું તો થરથરવા લાગી,
ને થાકોડો ભરાયો મારા શ્વાસમાં,

અણસાર આવ્યો, તારા આગમનનો
વાટલડી જોઈ ઊભી ઉપર વાસમાં.

પાંપણ પાંખે બાંધ્યો હિંડોળો
કાને રાખ્યો ઝાલી,
જોયો હિંડોળે ઝૂલતો હૈયે હેત ગયું વ્યાપી.

ઘૂઘવતા સાગરે જો ઉભરાશે લાગણી
તો પ્રીતમ પાસે કરીશ માગણી.

યમુનાની પાળે, વાંસળીને નાદે
ખુશી થાય મનમાં બસ સમાઈ જાઉં
શ્યામ તારા તનમાં.

42.)   નવો પ્રણય

ચાલી રહી છે
    ગુલાબી વય,
લાગી શકે છે
    પ્રણયનો રંગ.

વય ભલે હોય
    ચર્ચાનો વિષય,
પ્રણય ને થોડો
    નડે છે સમય?

ક્યાં હજી કશું
    કર્યું છે તય!
આપો તો ખરા
    વય ને સમય.

પાનખરની જરા
    થઈ છે વિદાય,
વસંત સાથે કરે
    છે ફૂલો પમરાટ.

શ્યામ ઝરૂખે

હવાની લહેરખી
થઈ છે ધુમ્રમય,
હોળીનો પણ
આવ્યો પ્રસંગ,

અબીલ ગુલાલ
પણ ઉડે છે સંગ,
કેમ ન પાંગરે
નવો પ્રણય ?

પ્રણય ને થોડો
નડે છે સમય?

43.) શબ્દોની શોધખોળ

કવિતા લખતા
પહેલાં શબ્દો ને
સારી રીતે મઠારું છું.

શબ્દો સાથે દોસ્તી
કરી એના ગુણોની
સમીક્ષા કરું છું.

શબ્દોના મનને
પ્રાર્થનાથી
પ્રફુલ્લિત કરું છું.

શબ્દો સાથ વાતો
કરી હળવાફૂલ
બનાવી દઉં છું

શોધેલા શબ્દો
બધાને ગમશે ?
પ્રશ્ન પૂછું છું.

શબ્દોનુ પ્રતિબિંબ
નખશિખ પાડવા
પ્રયત્ન કરું છું.

તમારા ગમતા
શબ્દો તમને જ
અર્પણ કરું છું.

શબ્દોના જતનથી
હૃદયમન ખૂલે એવી
ઈશ ને વિનંતી કરું છું.

44.) આંખોને

તમારી આંખોને સાચવું પાંપણમાં
તમારા હૈયાને સાચવું દિલમાં.

પવનના સૂસવાટા.ભરી પાંખમાં
શેર કરાવું તમને આભમાં.

જ્યાં સારસ બેલડી દેખાય આકાશમાં,
પંખીઓ ગીત.ગાય તાનમાં.

મોરપિચ્છ અળગું થઈ શોધે કહાનને,
ચાલો આપણે પણ શોધીએ શ્યામને.

થયા છે મોરપીંછના કેવા શુકન!
ચાલો કરીએ મોરપીંછનું શ્યામને માથે કેશ ગુંફન.

45.) હરખ

હે
કૃષ્ણ
તારી મૂર્તિ
રાધાના કાળજામાં
કેવી કોતરાઈ ગઈ.
રાધા તો હૈયું
હાથ ન રહે
એવી રીતે
હરખાઈ
ગઈ.

કૃષ્ણના મુખારવિંદની
માયા એની કેવી લાગી.
એની નજરું સાથે
નજરું મેળવતાં
બે ઘડી કેવી
શરમાઈને
છોભીલી
પડી

ગઈ.

દિવસને રાત
મનોમન કૃષ્ણને
રાધા કરે
યાદ.

કૃષ્ણના બંધનમાં
જુઓને કેવી
બંધાઈ
ગઈ.

મુરલી તણા નાદમાં
ગોપીઓ સાથે તાનમાં
મૌનના આનંદમાં
ઘૂંઘરું પહેરીને
નર્તન કરતી
ગીત ગાતી
એ જાતી.

આગળ આગળ મહાલતી
પોતાની ભક્તિની કેડી

પર કૃષ્ણ સાથેની

સેવામાં કેવી

પરોવાઈ

ગઈ.

હવે તો ચિતડાના

ચોર સાથે પાકી

પ્રીત એની

બંધાઈ

ગઈ

રાધા કૃષ્ણમય

ને ઘનશ્યામ

શ્યામમય

થઈને જ

રહ્યા.

46.) થાય

પાંપણ ઢળે ને
નયનો મીંચાય
સપનાઓ બિચારા
કેદ થઈ જાય!

વાયરો વાયને
પાલવ લહેરાય
અંદરનો ઉમળકો
વંચિત રહી જાય!

મારું વહેતું ગળું
વ્હાલાના ગુણ ગાય
વાસંળી બિચારી
છુપાઈ જાય!

હોળી રમીને
નંદનવન થાય
અંગેઅંગ મારા
ઝાકમઝોળ થાય.

સ્નેહભરી નજરથી
મારો શ્યામ જોવાય
આખું મારું અંગ
પવનથી વીંટળાય.

આ એકાંતની કુંજમાં
કોઈ ન દેખાય, તો યે
શ્યામ તારું નામ
બધે વહેતું દેખાય.

47.) શ્યામનો હિંડોળો

શ્યામ તારા નામે
બનાવું હિંડોળો,
ઝૂલ્યા કરે એમાં
રાધા ને શ્યામ.

ઝૂલે જ્યારે હિંડોળો,
દર્શન કરે પૃથ્વીનો
છેડો અને ઉપર
આભનો મેડો.

શ્યામ તારા ગીત
ગાઉં ને ઝૂલો દેખાય
મારા લોચનિયા બિડાય
અને હિંડોળો દેખાય.

ગોપીઓને સાંવરિયાના
દર્શન થાય,મીરાને
મનથી મળે એનો
ગિરધર ગોપાલ.

હૈયાના હેતથી ઝૂલાવું
ઝૂલણો ,મુખે રાખું
મારા રામ,શ્યામ,
ઘનશ્યામ તારું નામ.

48.) પ્રેમ

તારી સાથે આજે પ્રેમ છે
એવો મને આજ વ્હેમ છે,
જોકે આમ બધું હેમખેમ છે
બસ ભગવાનની રહેમ છે.

આંસુઓ આજ ટપક્યાં
એનો પણ આજ વહેમ છે,
આંખો થોડી ભીની થઈ
બસ બાકી બધું હેમખેમ છે.

કોયલે આજ ટહુકો કર્યો
એનો પણ આજ વ્હેમ છે,
પણ સામેથી જવાબ મળ્યો
એટલે બધું હેમખેમ છે.

આ પ્રેમ, આ મારા આંસુ
આ કોયલનો ટહુકો બધું
આજે તો હેમખેમ છે જ
પણ કાલ નું કેમ છે ?

આ મારું નામ ને સરનામું
મારું આ ઠામ અને ઠેકાણું
અહીં જ મૂકી ને જવાનું
તો શેની માટે ભેગુ કરવાનું

બસ આ રામ આ શ્યામ
ઘનશ્યામ સાથે આવવાનું.

49.) પ્રેમ

પ્રેમ ક્યારેય તમારો
ઓછો નથી હોતો,
પ્રિયતમ ની અપેક્ષાથી
ઓછો પણ નથી હોતો.

આંખોથી આંખો ભલે
થઈ જાય ચાર,
પણ પ્રણય જેવો નશો
માદક અદા ઓ
નથી હોતો.

તમારા પ્રેમમાં ખેંચાણ
જરૂર છે પણ
સુનામી ની લહેર
જેવો આહલાદક નથી હોતો.

પ્રગાઢ પ્રેમ પામવો
ખુબ સહેલો નથી હોતો
પણ પ્રેમથી વંચિત રહે એ
માનવી નથી હોતો.

પ્રેમમાં જે પરિપક્વ થાય
એ પ્રેમી નથી હોતો,
પ્રેમમાં જે ત્રિરાશિ માંડે
એ કદી પાગલ નથી હોતો.

આ શ્યામ ભલે લખે
પ્રેમપંથ પાવકની જ્વાળા,
પણ પ્રેમ પ્રિયતમ સિવાય
કોઈનો મોહતાજ નથી હોતો.

50.) હા એ જ મારો શ્યામ

શરમની મારી હું
નજર ઢાળું ને સન્મુખ
દેખાય એ જ મારો શ્યામ.

હું કેશ ગૂંથું ને કોઈ
પૂરવા આવે સિંદૂર
હા એ જ મારો શ્યામ.

દીવો કરું હું ને
આરતી કરાવે કોઈ
હા એ જ મારો શ્યામ.

નજર હોય ચાંદનીમાં
ને દેખાય એનું મુખારવિંદ
હા એ જ મારો શ્યામ

નિરખું ગલી વૃંદાવનમાં
ત્યાં રંગતે રમતો રાસ
હા એ જ મારો શ્યામ.

ગોપ ગોપીઓને ઘુમરાતા
ઘેરમાં કોઈ આવી ને પકડે
મારો હાથ એ જ મારો શ્યામ.

હું ચાલુ સાત પગલાં ને
દેખાડે મને સ્વર્ગ
હા એ જ મારો શ્યામ.

51.) હે પ્રભુ

હે પ્રભુ
મનને સુખ શાંતિ મળે
મુખડું મારું રોજ મલકે,
રોજ દિલ તડપતું રહે તો
તારી ઝાંખી જોવા મળે.

આધી વ્યાધિ મને ન નડે,
મુખારવિંદ જોઈ આંસુ વહે,
ચિત્ત તારી મસ્તીમાં,
વાણી મારી અવિચળ રહે.

મારી સંગાથે તું રહે
તારું શરણું મને મળે,
સેવાનું વ્રત માથે રહે
કષ્ટ સહેવાની ખુશીમળે.

હવે તારી સાથે રહી તારામાં ઓતપ્રોત થઈ જવું છે,
સર્જનહારને સાદ આપી શ્યામને સમાઈ જવું છે.

52.) કાન્હા

કુંજગલીમાંથી જો તું નીસરે
તો આનંદ અમારો પ્રસરે,
તો યે ગોપીઓ તને જોઈને
કાબરચીતરો કેમ ચીતરે ?

આ કદંબના ઝાડેથી
તારી વાંસળી મધુર વાગે
પણ અમારા હૈયાની વાત
મોરલીના મોઢે કેમ આવે?

રાધા મુખેથી જો પરોઢિયે
નામ તારું નીકળે
તો ગોવાળો સાથે ગાયો
સાન ભાન કેમ વિસરે?

આ એકાંતની પળોમાં
સાથ તારો અમને મળે
તો તું અમને વિસારે કે
અમે જાતે વીસરી જઈએ.

ઘનશ્યામ વ્યાસ 'શ્યામ'

Milton Keynes UK
Ingram Content Group UK Ltd.
UKHW020647201123
432908UK00019B/2481

9 798223 228363